Impressum
Verlag: BABADADA GmbH, Nedderfeld 112 , 22529 Hamburg
Geschäftsführer / Verlagsleitung: Harald Hof
Druck: Books on Demand GmbH, In de Tarpen 42, 22848 Norderstedt

Imprint
Publisher: BABADADA GmbH, Nedderfeld 112 , 22529 Hamburg, Germany
Managing Director / Publishing direction: Harald Hof
Print: Books on Demand GmbH, In de Tarpen 42, 22848 Norderstedt, Germany

ትምህርት ቤት

skole

መማሪያ ክፍል
klasseværelse
ማካፈል
dividere
186/2
ሰሌዳ
tavle
የትምህርት ቤት ቅጥር ግቢ
skolegård
መምህር
lærer
ወረቀት
papir
skrive
እስክሪብቶ
pen
መፃፊያ ጠረጴዛ
skrivebord
ማስመሪያ
lineal
መጽሐፍ
bog
ተማሪ
elev

የጀርባ ቦርሳ

skoletaske

የእርሳስ መያዣ

penalhus

እርሳስ

blyant

የእርሳስ መቅረጫ

blyantspidser

ላጲስ

viskelæder

የስዕል ደብተር

tegneblok

2 ትምህርት ቤት - skole

ስዕል
tegning

የቀለም ብሩሽ
pensel

የቀለም ሳጥን
æske med vandfarver

መቀስ
saks

ማጣበቂያ
lim

መልመጃ ደብተር
opgavehefte

የቤት ስራ
lektie

ቁጥር
tal

መደመር
addere

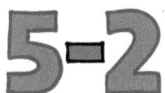

መቀነስ
subtrahere

ማባዛት
multiplicere

ቁጥሮችን ማስላት
regne

ደብዳቤ
bogstav

ፊደላት
alfabet

ቃል
ord

ፅሑፍ

tekst

ማንበብ

læse

ጠመኔ

kridt

ትምህርት

time

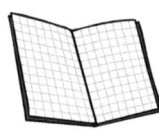

ምዝገባ

klasseprotokol

ፈተና

eksamen

ሰርተፊኬት

karakterbog

የትምህርት ቤት የደንብ ልብስ

skoleuniform

ትምህርት

uddannelse

አዉደ ጥበብ

leksikon

ዩኒቨርስቲ

universitet

የምርምር አጉሊ መሳርያ

mikroskop

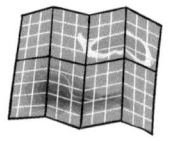

ካርታ

kort

የቆሻሻ ወረቀት መጣያ ቅርጫት

papirkurv

ሆቴል
hotel
Grand
ማረፊያ ቤት
herberg
የዉጭ ገንዘብ ምንዛሪ ቢሮ
vekselkontor
ልብስ መያዣ ሻንጣ
kuffert
መኪና
bil

ቋንቋ

sprog

አዎ/ አይደለም

ja / nej

እሺ

okay

ሰላም

hej

አስተርጓሚ

oversætter

አመሰግናለሁ

tak

ስንት ነዉ.......?

hvad koster…?

አልገባኝም

Jeg forstår ikke

እክል

problem

እንደምን አመሹ!

God aften!

እንደምን አደሩ!

God morgen!

መልካም ምሽት!

God nat!

ደህና ይሰንብቱ

farvel

አቅጣጫ

retning

ሻንጣ

bagage

ቦርሳ

taske

የጀርባ ቦርሳ

rygsæk

እንግዳ

gæst

ክፍል

værelse

የመተኛ ቦርሳ

sovepose

ድንኳን

telt

የጎብኚዎች መረጃ

turistinformation

የባህር ዳርቻ

strand

ክሬዲት ካርድ

kreditkort

ቁርስ

morgenmad

ምሳ

middagsmad

እራት

aftensmad

ቲኬት

billet

አሳንሰር

elevator

ማህተም

frimærke

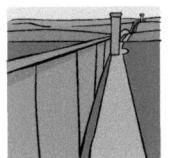

ድንበር

grænse

ባህሎች

told

ኤምባሲ

ambassade

ቪዛ/የይለፍ ወረቀት

visum

ፓስፖርት

pas

መጓጓዣ
transport

አዉሮፕላን
flyvemaskine
መርከብ
skib
የእሳት አደጋ መኪና
brandbil
የጭነት መኪና
lastbil
bus
የሞተር ጀልባ
motorbåd
መኪና
bil
ብስክሌት
cykel

የማመላለሻ ጀልባ

færge

ጀልባ

båd

የሞተር ብስክሌት

motorcykel

የፖሊስ መኪና

politibil

የዉድድር መኪና

racerbil

የኪራይ መኪና

lejebil

የመኪና መጋራት

samkørsel

ጎታች መኪና

kranbil

የቆሻሻ ጭነት መኪና

skraldebil

ሞተር

motor

ነዳጅ

benzin

የቤንዚን ማደያ

tankstation

የመንገድ ምልክት

trafikskilt

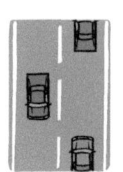

የመኪኖች እንቅስቃሴ

trafik

የመኪና መጨናነቅ

trafikprop

የመኪና ማቆሚያ

parkeringsplads

የባቡር ጣቢያ

banegård

የባቡር ሀዲዶች

skinner

ባቡር

tog

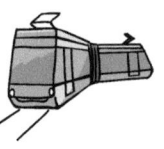

የኤሌክትሪክ ባቡር

sporvogn

ሰረገላ

wagon

ሄሊኮፕተር

helikopter

አየር ማረፊያ

lufthavn

ማማ

tårn

መንገደኛ

passager

ማስቀመጫ፤ ማጠራቀሚያ

container

ካርቶን እቃ ማሸጊያ

karton

ጋሪ፤ ተሳቢ

kærre

ቅርጫት

kurv

መነሳት/ ማረፍ

starte / lande

ከተማ

by

መንደር

landsby

የከተማ ማዕከል

bymidte

ቤት

hus

ሲኒማ
biograf
CINEMA
ማስታወቂያ
reklame
የመንገድ ዳር መብራት
gadelygte
መንገድ
gade
ታክሲ
taxi
የቁርስ መቆያ ሱቅ
kiosk
እግረኛ
fodgænger
ድንጋይ የተነጠፈበት የእግረኛ መንገድ
fortov
የእግረኛ መሻገሪያ
fodgængerovergang
የቆሻሻ ማጠራቀሚያ
skraldespand
ማቋረጫ
kryds
የትራፊክ መብራቶች
lyskurv

ጎጆ

hytte

አፓርታማ

lejlighed

የባቡር ጣቢያ

banegård

የከተማ አዳራሽ

rådhus

ቤተ መዘክር

museum

ትምህርት ቤት

skole

ዩኒቨርስቲ

universitet

ባንክ

bank

ሆስፒታል

sygehus

ሆቴል

hotel

መድሐኒት ቤት

apotek

ቢሮ

kontor

መፅሐፍ መሸጫ

boghandel

ሱቅ

butik

የአበባ መሸጫ

blomsterbutik

የሸቀጣ ሸቀጥ መደብር

supermarked

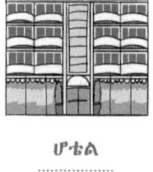

ገበያ ስፍራ

marked

መደብር

stormagasin

የዓሳ ነጋዴ

fiskehandler

የገበያ ማዕከል

butikscenter

ወደብ

havn

መናፈሻ ቦታ

park

አግዳሚ ወንበር

bænk

ድልድይ

bro

ደረጃዎች

trappe

ዉስጥ ለዉስጥ

undergrundsbane

ዋሻ

tunnel

የአዉቶቡስ ፌርማታ

busstoppested

ባር

barnevogn

ምግብ ቤት

restaurant

የፖስታ ሳጥን

postkasse

የመንገድ ምልክት

vejskilt

የመኪና ማቆሚያ ሒሳብ የሚያሰላ ማሽን

parkometer

የደር እንስሳት ማቆያ

zoo

የመዋኛ ገንዳ

badeanstalt

መስጊድ

moske

እርሻ

bondegård

የሚበክል ነገር

miljøforurening

መቃብር ስፍራ

kirkegård

ቤተ ክርስቲያን

kirke

መጫወቻ ሜዳ

legeplads

ቤተ መቅደስ

tempel

መልከዓምድር
landskab

ቅጠል
blad

የመንገድ ላይ ምልክት
vejviser

መንገድ
vej

አረንጓዴ መስክ
eng

ድንጋይ
sten

ዛፍ
træ

በእግሩ የሚጓዝ
vandrer

ወንዝ
flod

ሳር
græs

አበባ
blomst

ሸለቆ

dal

ኮረብታ

bjerg

ሀይቅ

sø

ጫካ

skov

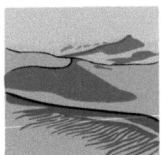

በረሃ

ørken

እሳተ ገሞራ

vulkan

ግምብ

slot

ቀስተ ዳመና

regnbue

እንጉዳይ

svamp

የቴምብር ዛፍ/ ዘንባባ

palme

ቢንቢ/ የወባ ትንኝ

moskito

በራሪ

flue

ጉንዳን

myre

ንብ

bi

ሸረሪት

edderkop

ጢንዚዛ

....

bille

እንቁራሪት

....

frø

ሽኮኮ

....

egern

ጃርት

....

pindsvin

ጥንቸል

....

hare

ጉጉት ወፍ

....

ugle

ወፍ

....

fugl

የዉሃ ዳክዬ

....

svane

ከርከሮ

....

vildsvin

አጋዘን

....

hjort

አጋዘን

....

elg

ግድብ

....

dæmning

በነፋስ የሚሽከረከር

....

vindmølle

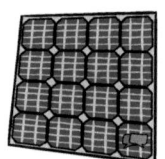

የፀሀይ ፓኔሎ

....

solcellemodul

አየር ንብረት

....

klima

ምግብ ቤት
restaurant

አስተናጋጅ
tjener
ማዉጫ
spisekort
ወንበር
stol
ሾርባ
suppe
ፒዛ
pizza
መክተፊያ
bestik
የጠረጴዛ ጨርቅ
borddug

የምግብ ፍላጎትን የሚከፍት ምግብ
forret

ዋና ምግብ
hovedret

ማጣጣሚያ ተከታይ ምግብ
dessert

መጠጦች
drikkevarer

ምግብ
mad

ጠርሙስ
flaske

ፈጣን ምግብ
....
fastfood

የመንገድ ምግብ
....
streetfood

የሻይ ማንቆርቆሪያ
....
tekande

የስኳር እቃ
....
sukkerdåse

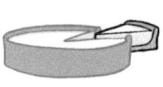

ድርሻ
....
portion

የቡና ማፊያ ማሽን
....
espressomaskine

ባለጌ ወንበር
....
barnestol

የክፍያ ደረሰኝ
....
faktura

ትሪ
....
tablet

ቢላዋ
....
kniv

ሹካ
....
gaffel

ማንኪያ
....
ske

የሻይ ማንኪያ
....
teske

ልብስ ምግብ እንዳይነካ የሚረዳ ጨርቅ
....
serviet

ብርጭቆ
....
glas

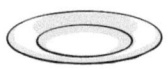

ዝርግ ሰሀን

tallerken

የሾርባ ጎድጓዳ ሰሀን

dyb tallerken

የስኒ ማስቀመጫ

underkop

ማጣፈጫ ስጎ

sovs

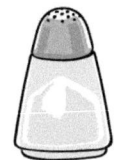

የጨዉ እቃ

saltbøsse

የተፈጨ ቃሪያ

peberkværn

ኮምጣጤ

eddike

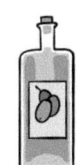

የምግብ ዘይት

olie

ቀመማ ቅመሞች

krydderier

የቲማቲም ድልህ

ketchup

ሰናፍጭ

sennep

ማዮኒዝ

mayonnaise

የሸቀጣ ሸቀጥ መደብር

supermarked

ልዩ አቅራቦት
tilbud
FOR
ደምበኛ
kunde
የወተት ተዋፅዖ
mælkeprodukter
ፍራፍሬ
frugt
ባለ ጎማ የእጅ ጋሪ
indkøbsvogn

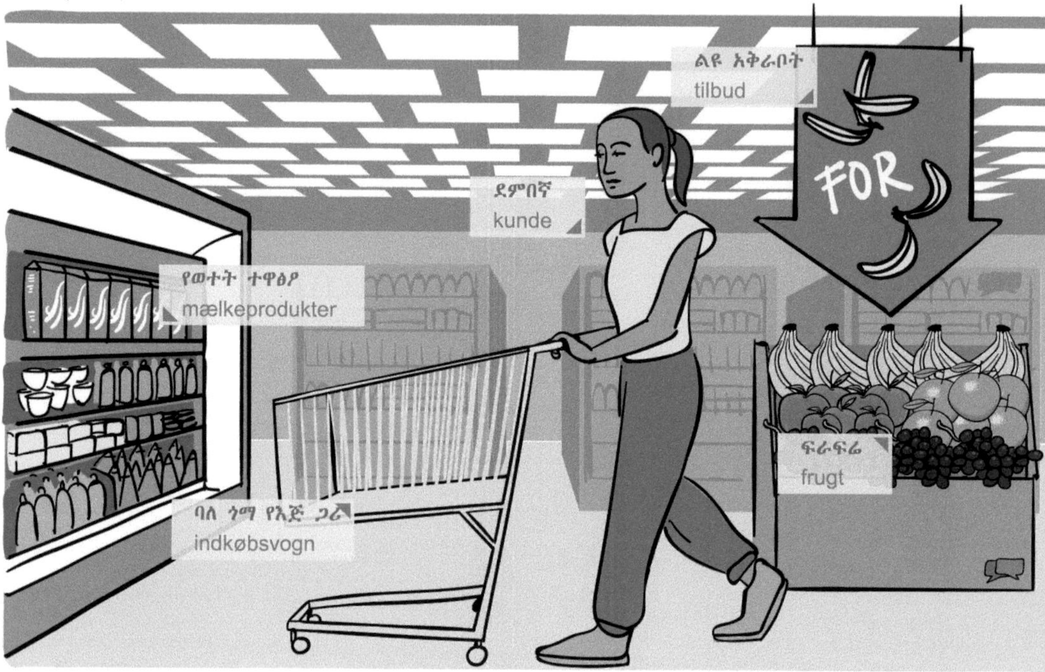

ሉካንዳ ነጋዴ

slagter

መጋገርያ

bageri

ክብደት መመዘን

veje

ቅጠላ ቅጠል አትክልት

grøntsager

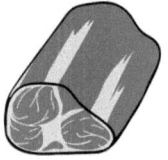

ስጋ

kød

የቀዘቀዘ/የረጋ ምግብ

frostvarer

ቀዝቃዛ ቁራጭ
....
pålæg

የታሸገ ምግብ
....
konserves

የማጠቢያ ዱቄት
....
vaskemiddel

ጣፋጮች
....
slik

የቤት ዉስጥ ዉጤቶች
....
husholdningsvarer

የፅዳት ምርቶች
....
rengøringsmidler

የሽያጭ ባለሙያ
....
ekspedient

የገንዘብ መመዝቢያ ማሽን
....
kasse

የሒሳብ ሰራተኛ
....
kasserer

የግዢ ዝርዝር
....
indkøbsliste

ክፍት ሰዓታት
....
åbningstider

የኪስ ቦርሳ
....
tegnebog

ክሬዲት ካርድ
....
kreditkort

ቦርሳ
....
taske

የፕላስቲክ ቦርሳ
....
plasticpose

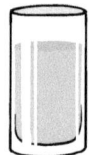

መጠጦች

drikkevarer

ዉሃ

vand

ጭማቂ

saft

ወተት

mælk

ኮካ-ኮላ

cola

ወይን

vin

ቢራ

øl

አልኮል

alkohol

ኮካ

kakao

ሻይ

te

ቡና

kaffe

የተፈላ ቡና

espresso

ካፑቺኖ

cappuccino

ምግብ

mad

ሙዝ

banan

ፖም

æble

ብርቱካን

appelsin

ሀብሀብ

melon

ሎሚ

citron

ካሮት

gulerod

ነጭ ሽንኩርት

hvidløg

ሽምበቆ

bambus

ቀይ ሽንኩርት

løg

እንጉዳይ

svamp

ለዉዝ

nødder

የህፃናት ምግብ

nudler

ፓስታ

spaghetti

ሩዝ

ris

ሰላጣ

salat

የድንች ጥብስ

pomfritter

ድንች ጥብስ

stegte kartofler

ፒዛ

pizza

ዳቦ ዉስጥ በስሱ ተጠብሶ የገባ ስጋ

hamburger

ሳንድዊች

sandwich

ጥሬ ስጋ

schnitzel

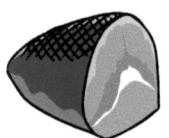

የአሳማ ስጋ

skinke

በቅመምና በጨዉ የታሸ ምግብ ቀዝቅዞ የሚበላ ሾርባ ምግብ

salami

ቋሊማ

pølse

ዶሮ

kylling

ጥብስ

steg

አሳ

fisk

የአጃ ገንፎ

havregryn

ከወተት ጋር ተደባልቀዉ የሚበሉ ምግቦች

mysli

የበቆሎ ቅርፊት

cornflakes

ዱቄት

mel

ኩራሳ

croissant

ድብልብል ዳቦ

rundstykke

ዳቦ

brød

መጥበስ

toast

ብስኩት

kiks

ቅቤ

smør

እርጎ

kvark

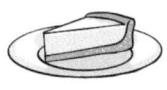

ኬክ

kage

እንቁላል

æg

እንቁላል ጥብስ

spejlæg

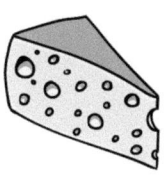

አይብ

ost

ምግብ - mad

የበረዶ ክሬም

is

ስኳር

sukker

ማር

honning

ማርማላት

marmelade

የተናጠ የወተት ክሬም

nougat-creme

ማጣፈጫ

karry

እርሻ

bondegård

bondehus
ጭድ ክምር
halmballer
እህ ና ከብት ማቀመጫ
ቤት
skur
ዳ
mark
ረስ
hest
ተሳቢ መኪና
anhænger
እርሻ መኪና
traktor
ረስ ዉርንጭላ
føl
ህያ
æsel
ግ
får
ግ ጠቦት
lam

ፍ

....

ged

ላም

....

ko

ጥጃ

....

kalv

ሳማ

....

svin

ግ ገ ሳማ

....

gris

ኮርማ

....

tyr

ዝይ

gås

ዳክዬ

and

የዶሮ ጫጩት

kylling

ዶር

høne

አዉራ ዶሮ

hane

አይጥ

rotte

ደድመት

kat

አይጥ

mus

በሬ

okse

ዉሻ

hund

የዉሻ ቤት

hundehus

የአትክልት ቦታ

haveslange

ዉሃ ማጠጫ ባልዲ

vandkande

ረጅም ማጭድ

le

ማረሻ

plov

ማጭድ

segl

መኮትኮቻ

hakkejern

የእሀል መንሽ

møggreb

መጥረቢያ

økse

ኩርኩር/ የእጅ ጋሪ

trillebør

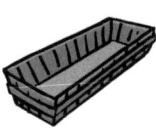

ገንዳ

trug

የወተት ዕቃ

mælkekande

ጆንያ ከረጢት

sæk

አጥር

hæk

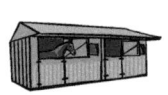

የፈረስ ጋጣ

stald

ዕፅዋት ማሳደጊያ የመስታዉት ቤት

drivhus

አፈር

jord

ዘር

frø

የመሬት ማዳበሪያ

gødning

ጥምር ማረሻ

mejetærsker

አዝመራ መሰብሰብ

høste

አዝመራ

høst

ድንች

yams

ስንዴ

hvede

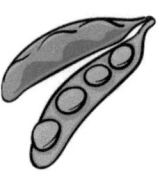

ሶያ

soja

ድንች

kartoffel

በቆሎ

majs

የከብት መኖ

raps

የፍሬ ዛፍ

frugttræ

የካሳቫ ዛፍ

maniok

እህል

korn

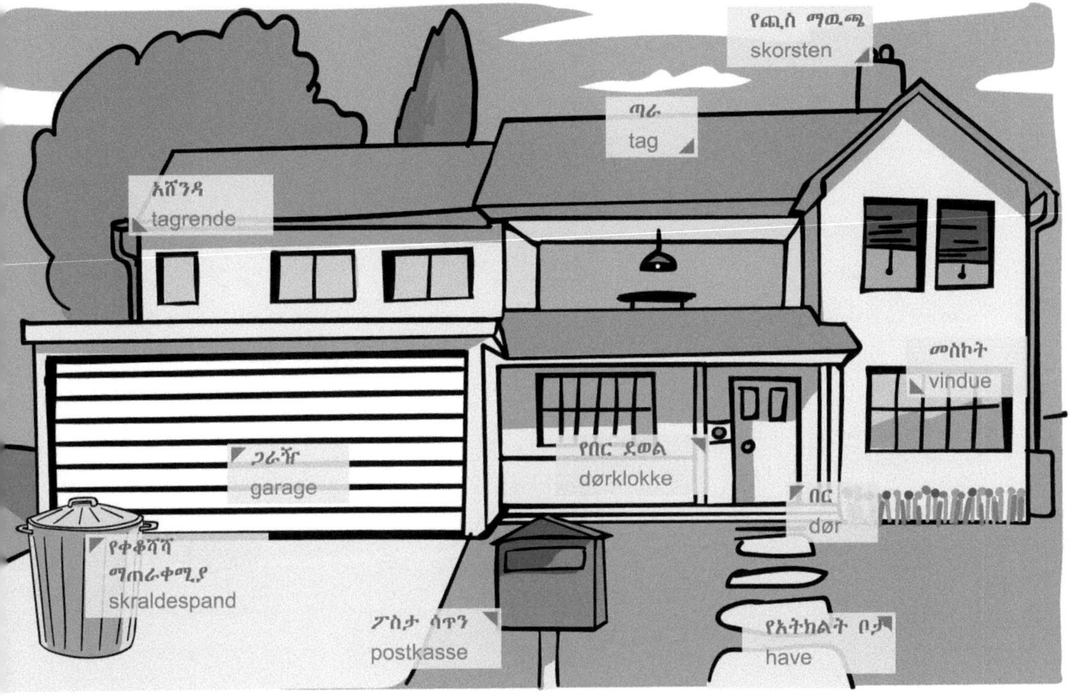

የጪስ ማዉጫ
skorsten

ጣራ
tag

አሽንዳ
tagrende

መስኮት
vindue

ጋራዥ
garage

የበር ደወል
dørklokke

በር
dør

የቀቆሻሻ ማጠራቀሚያ
skraldespand

ፖስታ ሳጥን
postkasse

የአትክልት ቦታ
have

ሳሎን

stue

መታጠቢያ ቤት

badeværelse

ማድቤት

køkken

መኝታ ቤት

soveværelse

የልጅ ክፍል

børneværelse

መመገቢያ ክፍል

spisestue

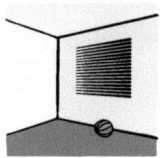

ወለል

gulv

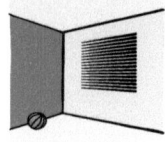

ግድግዳ

væg

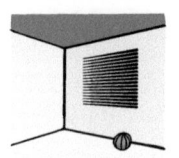

ጣሪያ

loft

ምድር ቤት

kælder

በእንፋሎት ሙቀት መታጠቢያ ቤት

sauna

ሰገነት

altan

ከፍ ያለ መደብ

terrasse

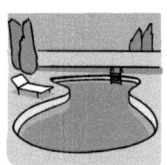

የመዋኛ ገንዳ

svømmehal

የማጨጃ መኪና

plæneklipper

አንሶላ

dynebetræk

የአልጋ ልብስ

dyne

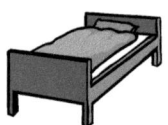

አልጋ

seng

መጥረጊያ

kost

ባልዲ

spand

ማብሪያና ማጥፊያ

kontakt

ሳሎን

stue

የግድግዳ ወረቀት
tapet
ፎቶ
billede
መብራት
lampe
መደርደሪያ
reol
ቁም ሳጥን፣ ካቢኔ
skab
fjernsyn
የእሳት መሞቂያ
pejs
አበባ
blomst
ትራስ
pude
ሶፋ
sofa
የአበባ ማስቀመጫ
vase
ሪሞት ኮንትሮል
fjernbetjening

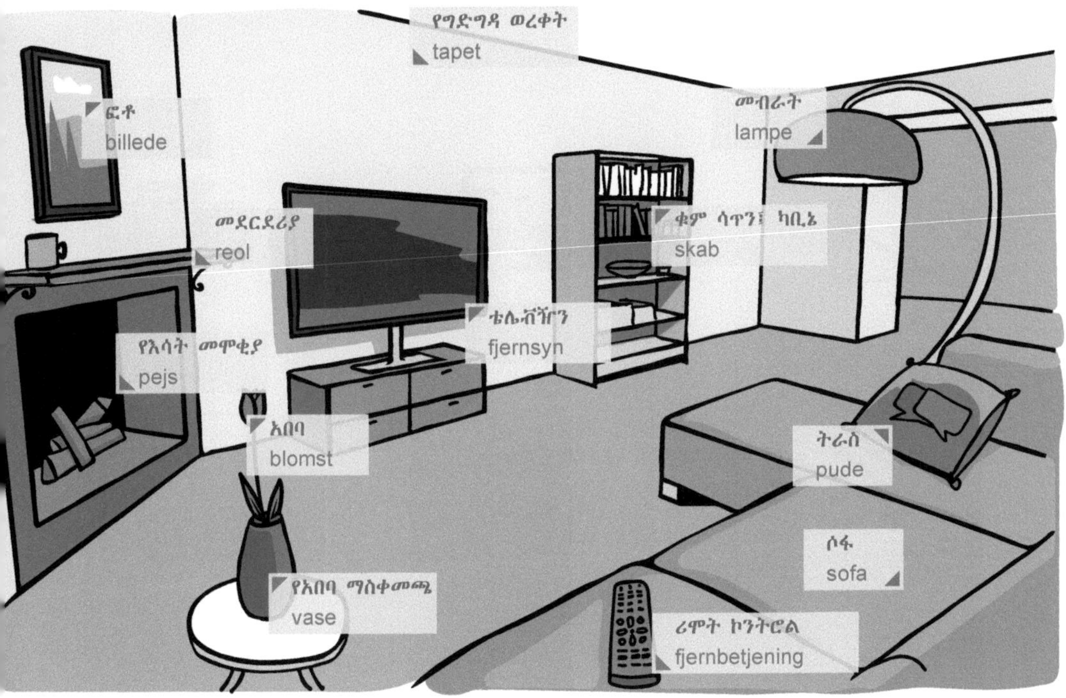

ንጣፍ
....
gulvtæppe

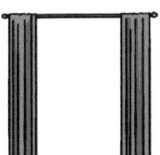

መጋረጃ
....
gardin

ጠረጴዛ
....
bord

ወንበር
....
stol

ተወዛዋዥ ወንበር
....
gyngestol

ባለመደገፊያ ወንበር
....
lænestol

መጽሐፍ

bog

ብርድ ልብስ

tæppe

ጌጥ

dekoration

ማገዶ

brænde

ፊልም

film

የሙዚቃ መማጫወቻ

stereoanlæg

ቁልፍ

nøgle

ጋዜጣ

avis

ስዕል

maleri

የተለጠፈ ማስታወቂያ እንደ ስዕል

plakat

ራዲዮ

radio

ማስታወሻ ደብተር

notesblok

የአየር ማፅጃ ለምንጣፍ

støvsuger

ቁልቋል

kaktus

ሻማ

lys

ማድቤት
køkken

ማቀዝቀዣ
køleskab
ማይክሮዌቭ ምግብ ማብሰያ
mikrobølgeovn
የኩሽና መመዘኛ ሚዛን
køkkenvægt
ዳቦ መጥበሻ
brødrister
ንፁህ ማድረጊያ
rengøringsmiddel
ምድጃ
bageovn
ማቀዝቀዣ
fryserum
የቆሻሻ ማጠራቀሚያ
skraldespand
እቃ ማጠቢያ
opvaskemaskine

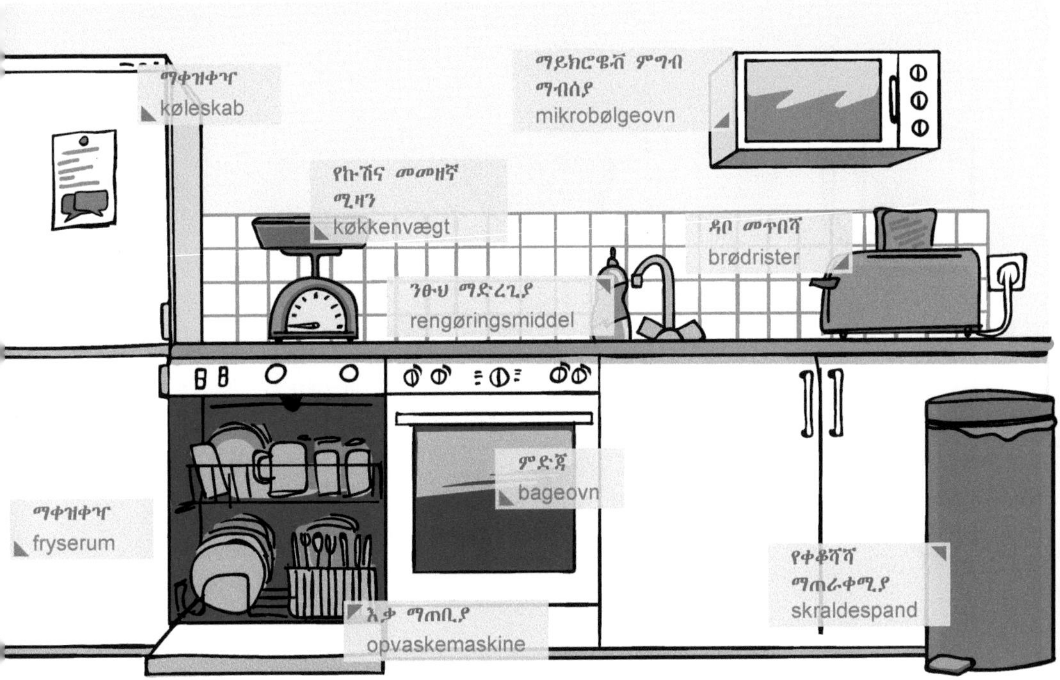

ምግብ አብሳይ

komfur

ማሰሮ

gryde

የብረት ማሰሮ

jerngryde

ምግብ ማብሰያ ዝርግ ድስት

wok / kadai

የምግብ መጥበሻ

pande

ማንቆርቆሪያ

elkedel

የእንፋሎት ማብሰያ

dampkoger

የመጋገሪያ ትሪ

bageplade

ሰብስቦች

service

ትልቅ ኩባያ

bæger

ጎድጓዳ ሳህን

skål

ቾፕስቲክስ

spisepinde

ጭልፋ

øseske

መሰቅሰቂያ ዝርግ ማንኪያ

paletkniv

ማደባለቂያ

piskeris

መወጠሪያ

dørslag

ወንፊት

si

መፈርፈሪያ መሳሪያ

rive

ሲሚንቶ

morter

የፍም ጥብስ

grille

የተለቀቀ እሳት

ildsted

መክተፊያ

skærebræt

ተንሸራታች መርፌ

kagerulle

የጠርሙስ መክፈቻ

proptrækker

ጣሳ

dåse

የጣሳ መክፈቻ

dåseåbner

የማሰሮ መሸፈኛ

grydelap

ሳህን ማጠቢያ

køkkenvask

ብሩሽ

børste

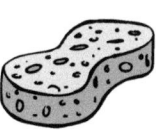

ስፖንጅ

svamp

መደባለቂያ መሳሪያ

blender

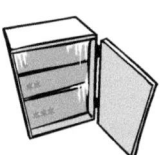

በጣም ማቀዝቀዣ

dybfryser

ጡጦ

sutteflaske

ቧንቧ

vandhane

መታጠቢያ ቤት

badeværelse

ማሞቂያ
radiator
ፎጣ
håndklæde
መታጠቢያ
brusebad
የመታጠቢያ ቤት መጋረጃ
bruserforhæng
የአረፋ መታጠቢያ
skumbad
የመታጠቢያ ገንዳ
badekar
ብርጭቆ
glas
የልብስ ማጠቢያ
vaskemaskine
ቧንቧ
vandhane
ማዕዘን ወለል
fliser
ፖፖ
tissepotte
ሳህን ማጠቢያ
køkkenvask

ሽንት ቤት

toilet

የሽንት ቤት መቀመጫ

hugsiddende toilet

ሳፋ

bidet

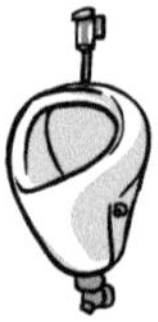

የመንገድ ዳር መሽኛ

pissoir

የሽንት ቤት ወረቀት

toiletpapir

የሽንት ቤት ማፅጃ ብሩሽ

toiletbørste

የጥርስ ብሩሽ

tandbørste

የጥርስ ሳሙና

tandpasta

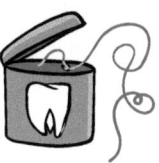

የጥርስ ማፅጃ ክር

tandtråd

መታጠብ

vaske

የእጅ መታጠቢያ

håndbruser

መታጠቢያ

intimbruser

ጎድጓዳ ሳህን

vaskefad

የጀርባ ብሩሽ

badebørste

ሳሙና

sæbe

የመታጠቢያ የሚዝለገለግ ሳሙና

brusegele

የፀጉር መታጠቢያ ሳሙና

shampoo

ለስላሳ ጨርቅ

vaskeklud

ፍሳሽ

afløb

ክሬም

creme

ጠረን መቀየሪያ ንጥረ ነገር

deodorant

መስታወት

spejl

የእጅ መስታወት

kosmetikspejl

ምላጭ

barberhøvl

የመላጫ አረፋ

barberskum

ከመላጨት በኋላ የሚቀባ ሽቱ

barbervand

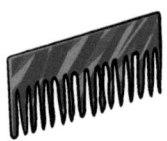

ማበጠሪያ

kam

ብሩሽ

børste

የፀጉር ማድረቂያ

hårtørrer

በፀጉር ላይ የሚነፋ

hårspray

የፊት መቀባቢያ

makeup

የከንፈር ቀለም

læbestift

የጥፍር ቀለም

neglelak

የጥጥ ሱፍ

vat

ጥፍር መቁረጫ

neglesaks

ሽቶ

parfume

ማጠቢያ ባልዲ
....
toilettaske

መቀመጫ
....
skammel

ዛን
....
vægt

የመታጠቢያ ልብስ
....
badekåbe

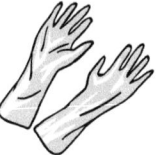

የላስቲክ ጓንት
....
gummihandsker

ሞዴስ
....
tampon

የፅዳት ፎጣ
....
damebind

የሽንት ቤት ኬ ካል
....
kemisk toilet

የልጅ ክፍል

børneværelse

የማንቂያ ደዉል ሰዐት
vækkeur
የህፃን አሻንጉሊት
bamse
የመጫወቻ መኪና
legetøjsbil
የአሻንጉሊት ቤት
dukkehus
ስጦታ
gave
ማንገጫገጫ መጫወቻ
skralde

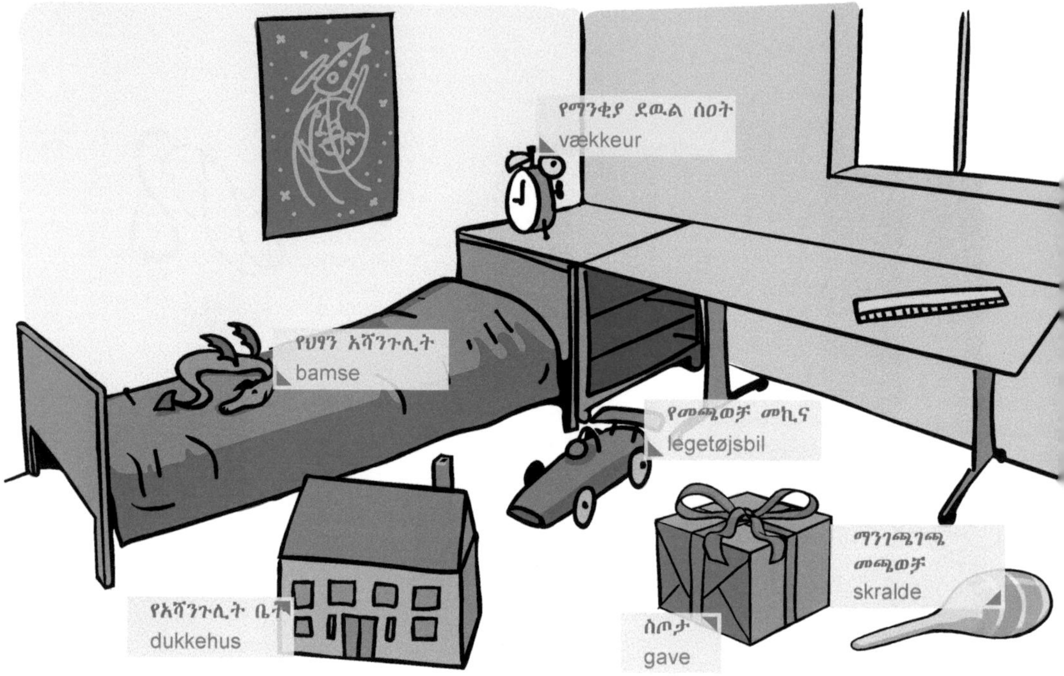

ፊኛ

ballon

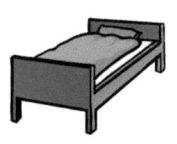

አልጋ

seng

የህፃን ማንሸራሸሪያ ጋሪ

barnevogn

የካርታ መጫወቻ

kortspil

ቁርጥራጭ ምስሎችን የማገጣጠም እና ምስል የማግኘት ጨዋታ

puslespil

አዝናኝ

tegneserie

ተገጣጣሚ መጫወቻ

legoklodser

የመጫወቻ መገጣጠሚያዎች

byggeklodser

የድርጊት ምስል

action figur

የህፃን እድገት

sparkedragt

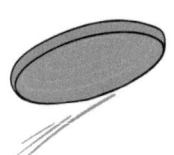

የፕላስቲክ መጫወቻ ዝርግ ሰሀን

frisbee

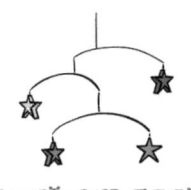

ተወዛዋዥ የህፃን ማጫወቻ

uro

የሰሌዳ ጨዋታ

brætspil

የመጫወቻ ጠጠር

terning

የመጫወቻ ባቡር

modeljernbane

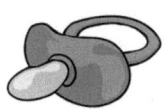

የእንጀራ እናት ጡጦ

sut

ድግስ

fest

የስዕል መፅሀፍ

billedbog

ኳስ

bold

አሻንጉሊት

dukke

መጫወት

lege

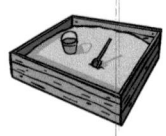

የአሸዋ መጫወቻ

sandkasse

ዥዋዥዌ

gynge

መጫወቻዎች

legetøj

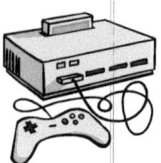

የቪዲዮ መጫወቻ

spillekonsol

ባለ ሶስት ጎማ ብስክሌት

trehjulet cykel

የአሻንጉሊት ድብ

bamse

ቁምሳጥን

klædeskab

አልባሳት

tøj

ካልሲዎች

sokker

ስቶኪንጎች

strømper

ታይት

strømpebukser

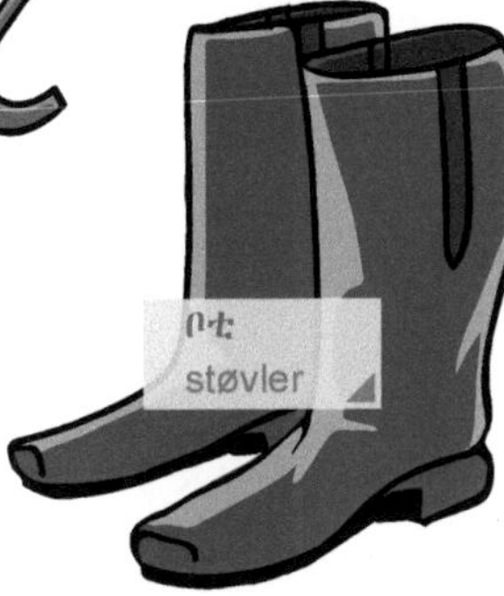

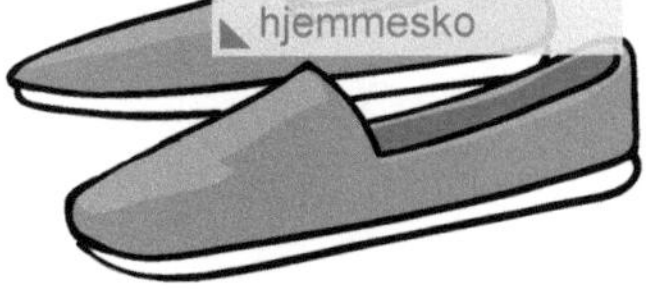

የአንገት ልብስ
sjal

ግንጥላ
paraply

ከናቴራ
T-shirt

ቀበቶ
bælte

ቦቲ
støvler

የቤት ዉስጥ ነጠላ ጫማ
hjemmesko

ስኒከሮች
sneakers

ነጠላ ጫማዎች
....
sandaler

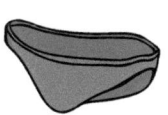

ጫማዎች
....
sko

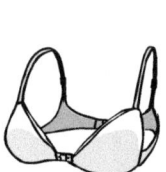

የጎማ ቡትስ
....
gummistøvler

ሙታንታ
....
underbukser

ጡት መያዣ
....
BH

ሰደርያ
....
undertrøje

ሰዉነት

body

ሱሪዎች

bukser

ጅንስ

jeans

ጉርድ ቀሚስ

nederdel

ሸሚዝ

bluse

ሸሚዝ

skjorte

የሚጠለቅ ሹራብ

pullover

ሹራብ

sweatshirt

ዩኒፎርም ጃኬት

blazer

ጃኬት

jakke

ኮት

frakke

የዝናብ ኮት

regnfrakke

ልብስ

kostume

ቀሚስ

kjole

የሙሽራ ቀሚስ

brudekjole

ሱፍ

jakkesæt

የለሊት ልብስ

nattrøje

የለሊት ልብስ

pyjamas

ረጅም ቀሚስ

sari

ሂጃብ

hovedtørklæde

ጥምጣም

turban

ቡርቃ

burka

ሽርጥ

kaftan

አባያ

abaya

የዋና ልብስ

badedragt

አጭር ቁምጣ

badebukser

ቁምጣዎች

korte bukser

የስራ ቱታ

træningsdragt

ሽርጥ

forklæde

ጓንት

handsker

ቁልፍ

knap

መነፅር

briller

አምባር

armbånd

የአንገት ሀብል

kæde

ቀለበት

ring

የጆሮ ጌጥ

ørering

ኮፍያ

hue

የኮት መስቀያ

bøjle

ኮፍያ

hat

ክራቫት

slips

ዚፕ

lynlås

የብረት ቆብ

hjelm

መደገፊያ

seler

የትምህርት ቤት የደንብ ልብስ

skoleuniform

የደንብ ልብስ

uniform

መሃረብ

hagesmæk

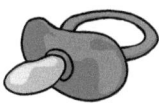

የእንጀራ እናት ጡጦ

sut

ሽንት ጨርቅ

ble

ቢሮ

kontor

ማስራጫ ጣቢያ
server
የፋይል መደርደሪያ ካቢኔ
arkivskab
የህትመት መሳሪያ
printer
ወረቀት
papir
መቆጣጠሪያ
skærm
mus
skrivebord
ማህደር
mappe
የመፃፊ ቁልፎች
tastatur
ወንበር
stol
የቆሻሻ ወረቀት መጣያ ቅርጫት
papirkurv
ኮምፒዉተር
computer

የቡና መጠጫ ትልቅ ኩባያ

kaffekrus

ማስልያ ማሽን

lommeregner

ኢንተርኔት

internet

ላፕቶፕ

bærbar

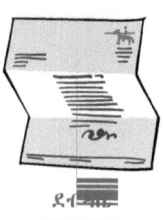

ደብዳቤ

brev

መልዕክት

besked

ተንቀሳቃሽ ስልክ

mobil

የግንኙነት አዉታር

netværk

ማባዣ ማሽን

kopimaskine

ሶፍትዌር

software

ስልክ

telefon

የግድግዳ ሶኬት

stikdåse

የፋክስ ማሽን

fax

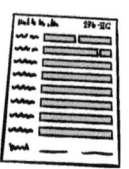

ቅፅ

formular

ሰነድ

dokument

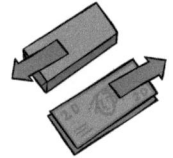

ኢኮኖሚ
økonomi

መግዛት

købe

መክፈል

betale

መነገድ

handle

ገንዘብ

penge

ዶላር

dollar

ዩሮ

euro

የን

yen

ሩብል

rubel

የስዊዝ ፍራንክ

schweizerfranc

ሬንሚንቢ ዩዋን

renminbi yuan

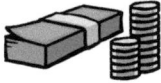

ሩጲ

rupee

የገንዘብ ነጥብ

hæveautomat

የዉጭ ገንዘብ ምንዛሪ ቢሮ
....
vekselkontor

ወርቅ
....
guld

ብር
....
sølv

ዘይት
....
olie

ሀይል፤ ጉልበት
....
energi

ዋጋ
....
pris

ግንኙነት
....
kontrakt

ቀረጥ
....
skat

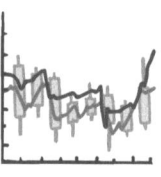

አክስዮን
....
aktie

መስራት
....
arbejde

ተቀጣሪ
....
ansat

ቀጣሪ
....
arbejdsgiver

ፋብሪካ
....
fabrik

ሱቅ
....
butik

የስራ ሙያዎች

erhverv

የእሳት አደጋ ሰራተኛ
brandmand
የፖሊስ አዛዥ
politimand
ምግብ አብሳይ
kok
ዶክተር
læge
አብራሪ
pilot

አትክልተኛ

gartner

አናጢ

tømrer

ልብስ ሰፊ ሴት

syerske

ዳኛ

dommer

ቀማሚ

kemiker

ተዋናይ

skuespiller

የአዉቶቢስ ሹፌር

buschauffør

የታክሲ ሹፌር

taxachauffør

አሳ አጥማጅ

fisker

ፅዳት ሰራተኛ

rengøringskone

የጣራ ሰራተኛ

tagdækker

አስተናጋጅ

tjener

አዳኝ

jæger

ሰዓሊ

maler

ጋጋሪ

bager

የኤሌትሪክ ሰራተኛ

elektriker

ገምቢ

bygningsarbejder

መሃንዲስ

ingeniør

ልኳንዳ

slagter

የቧንቧ ሰራተኛ

vvs-mand

የፖስታ ሰራተኛ

postbud

ወታደር
soldat

መሃንዲስ
arkitekt

የሒሳብ ሰራተኛ
kasserer

አበባ ሻጭ
blomsterhandler

የፀጉር ሰራተኛ
frisør

ቲኬት ቆራጭ
togfører

መካኒክ
mekaniker

ካፒቴን
kaptajn

የጥርስ ሐኪም
tandlæge

ተመራማሪ
videnskabsmand

መምህር
rabbiner

የሙስሊም ሃይማኖታዊ መሪ
imam

መነኩሴ
munk

ካህን
præst

መሳሪያዎች

værktøj

መዶሻ
hammer
ተቆላፊ ጉጠት
tang
መፍቻ
skruedrejer
የመሳሪ መፍቻ
skruenøgle
ባትሪ
lommelygte

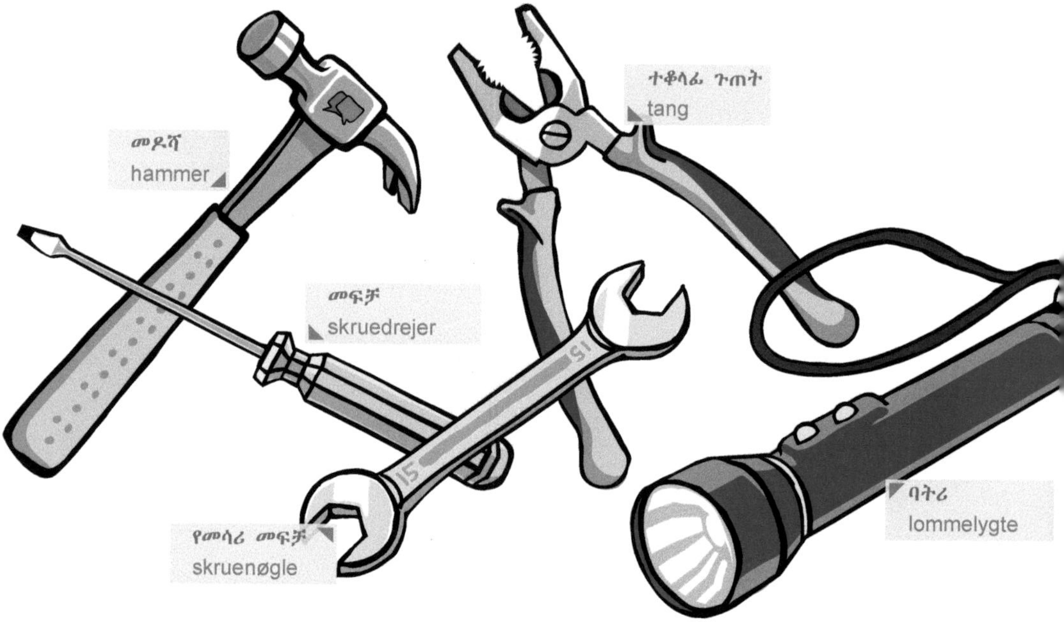

በቁፋሮ የሚዝቅ

gravemaskine

የመፍቻ ሳጥን

værktøjskasse

መሰላል

stige

መጋዝ

sav

ምስማር

søm

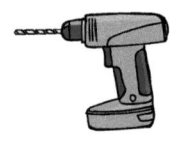

መሰርሰሪያ

bor

መጠገን

reparere

አካፋ

skovl

የተረገመ!

Lort!

ቆሻሻ ማፈሻ

fejebakke

የቀለም ቆርቆሮ

malerspand

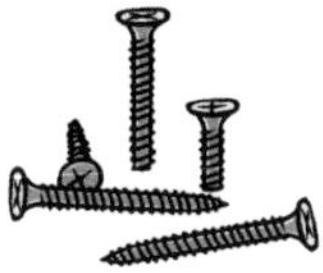

ብሎን

skruer

የሙዚቃ መሳሪያዎች

musikinstrumenter

የድምፅ ማጉያ መሳርያ
højttaler
የከበሮ መሳሪያዎች
trommer
ክራር መሰል የሙዚቃ መሳሪያ
guitar
የትንፋሽ ሙዚቃ መሳሪያ
trompet
ድርብ ቤዝ ጊታር
kontrabas

ፒያኖ

klaver

ቫዮሊን

violin

ወፍራም፤ ጎርናና ድምፅ ያለዉ
ክራር መሰል ሙዚቃ መሳሪያ

bas

ነጋሪት

pauke

ከበሮ

tromme

በኤሌክትሪክ የሚሰራ ፒኖ

keyboard

የትንፋሽ ሙዚቃ መሳሪያ

saxofon

ዋሽንት

fløjte

የድምፅ ማጉያ

mikrofon

ነብር
tiger

መግቢያ
indgang

ሳጥን
bur

የሜዳ አህያ
zebra

የእንስሳ ምግብ
dyrefoder

ትልቅ ድብ
panda

እንስሳቶች

dyr

ዝሆን

elefant

ካንጋሮ

kænguru

አዉራሪስ

næsehorn

ትልቅ ዝንጀሮ

gorilla

ድብ

bjørn

ግመል

kamel

ሰጎን

struds

አንበሳ

løve

ጦጣ

abe

ቅልጥመ ረዥም ወፍ

flamingo

በቀቀን

papegøje

የወዋልታ ድብ

isbjørn

የዋልታ ወፎች

pingvin

ረጅም ጥርሶች ያሉትአሳ ነባሪ

haj

ጣዎስ

påfugl

እባብ

slange

አዞ

krokodille

የዱር አራዊት የሚጠበቁበት ማቆያን የሚጠብቅ

dyrepasser

አሳ በሊታ የባህር እንስሳ

sæl

የዱር ድመት

jaguar

ድንክ ፈረስ

....

pony

ነብር

....

leopard

ጉማሬ

....

flodhest

ቀጭኔ

....

giraf

ንስር

....

ørn

ከርከሮ

....

vildsvin

አሳ

....

fisk

የባህር ኤሊ

....

skildpadde

የባህር አዉሬ

....

hvalros

ቀበሮ

....

ræv

የሜዳ ፍየል፤ሚዳቋ

....

gazelle

የስፖርት አይነቶች

sport

የአሜሪካ እግርኳስ
amerikansk football
የብስክሌት ስፖርት
cykling
ቴኒስ
tennis
የቅርጫት ኳስ
basketball
ዋና
svømning
የቡጢ ስፖርት
boksning
የበረዶ ላይ የገና ጨዋታ
ishockey

እግር ኳስ

fodbold

የላበ ኳስ ጨዋታ

badminton

አትሌቲክስ

atletik

የእጅ ኳስ ስፖርት

håndbold

የበረዶ መንሸራተት ስፖርት

skiløb

ፈረስ ግልቢያ

polo

እንቅስቃሴዎች

aktiviteter

መሳቅ
grine
መዝለል
springe
ማቀፍ
give et knus
መራመድ
gå
መዘመር
synge
ህልም ማለም
drømme
መፀለይ
bede
መሳም
kysse

መፃፍ

skrive

መሳል

tegne

ማሳየት

vise

መግፋት

skubbe

መስጠት

give

መዉሰድ

tage

መያዝ

have

ማድረግ

gøre

መሆን

være

መቆም

stå

መሮጥ

løbe

መሳብ

trække

መወርወር

kaste

መዉደቅ

falde

መዋሸት

ligge

መጠበቅ

vente

መሸከም

bære

መቀመጥ

sidde

መልበስ

tage på

መተኛት

sove

መንቃት

vågne

መመልከት

se på

ማለልቀስ

græde

መጫር

ae

ማበጠር

kæmme

ማዉራት

tale

መረዳት

forstå

ጥያቄ

spørge

ማዳመጥ

høre

መጠጣት

drikke

መብላት

spise

ማንፃት

rydde op

ማፍቀር

elske

ምግብ ማብሰል

koge

መንዳት

køre

መብረር

flyve

መርከብ መንዳት

sejle

ቁጥሮችን ማስላት

regne

ማንበብ

læse

መማር

lære

መስራት

arbejde

ማግባት

gifte sig med

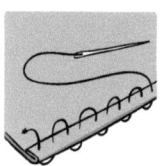

መስፋት

sy

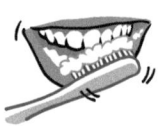

ጥርስ መቦረሽ

børste tænder

መግደል

dræbe

ማጨስ

ryge

መላክ

sende

የሴት አያት
bedstemor

የወንድ አያት
bedstefar

አባት
far

እናት
mor

ህፃን
baby

ሴት ልጅ
datter

ወንድ ልጅ
søn

እንግዳ
gæst

አክስት
tante

አጎት
onkel

ወንድም
bror

እህት
søster

አካል

krop

ግንባር
pande
አይን
øje
skulder
ጣት
finger
ፊት
ansigt
አገጭ
hage
እጅ
hånd
እግር
ben
ጡት
bryst
ክንድ
arm

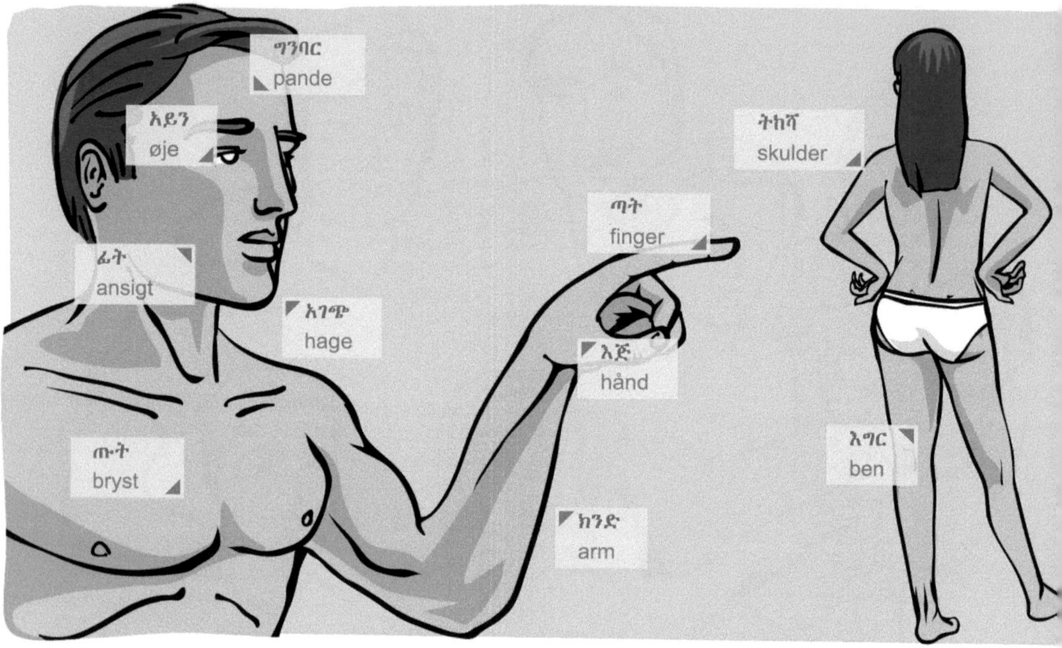

ህፃን

baby

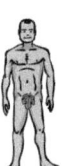

ሰዉ

mand

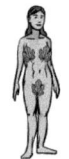

ሴት

kvinde

ልጃገረድ

pige

ወንድ ልጅ

dreng

ራስ

hoved

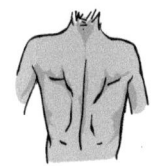

ጀርባ

ryg

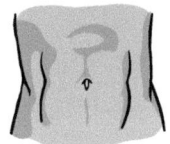

ሆድ

mave

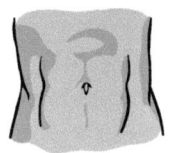

እምብርት

navle

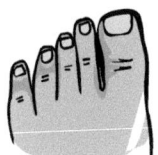

የእግር ጣት

tå

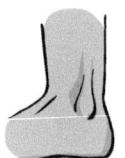

ተረከዝ

hæl

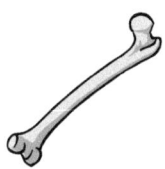

አጥንት

knogle

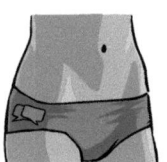

ዳሌ

hofte

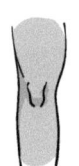

ጉልበት

knæ

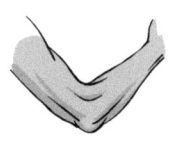

ክርን

albue

አፍንጫ

næse

ቂጥ

bagdel

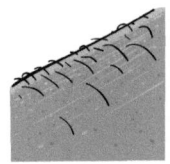

ቆዳ

hud

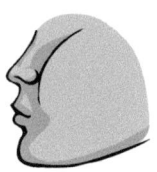

ጉንጭ

kind

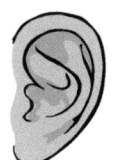

ጆሮ

øre

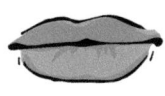

ከንፈር

læbe

አፍ

mund

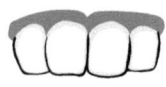

ጥርስ

tand

ምላስ

tunge

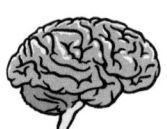

አንጎል

hjerne

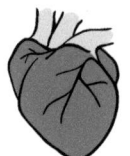

ልብ

hjerte

ጡንቻ

muskel

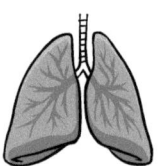

ሳምባ

lunge

ጉበት

lever

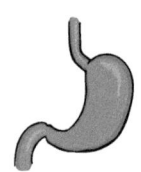

ሆድ

mavesæk

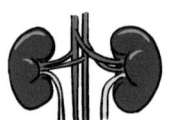

ኩላሊቶች

nyrer

የግብረስጋ ግንኙነት

sex

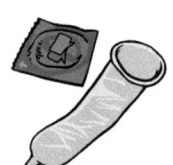

ኮንዶም

kondom

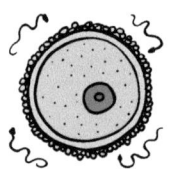

የሴት እንቁላል

ægcelle

የዘር ፈሳሽ

sperm

እርግዝና

svangerskab

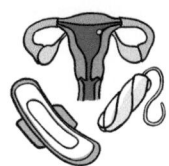

የወር አበባ
....
menstruation

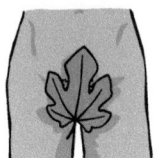

እምስ
....
vagina

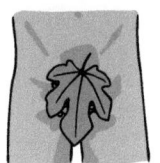

ቁላ
....
penis

ቅንድብ
....
øjenbryn

ፀጉር
....
hår

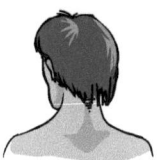

አንገት
....
hals

ሆስፒታል
sygehus

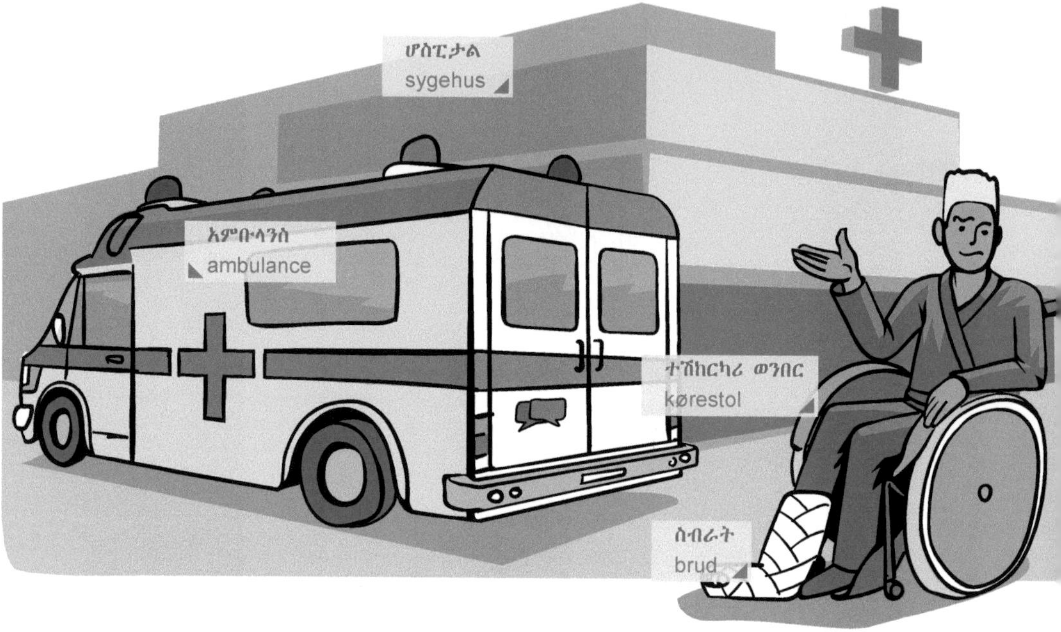

ሆስፒታል
sygehus
አምቡላንስ
ambulance
ተሽከርካሪ ወንበር
kørestol
ስብራት
brud

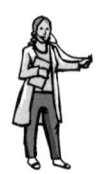

ዶክተር

læge

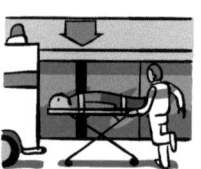

ድንገተኛ ክፍል

akutmodtagelse

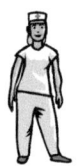

ነርስ

sygeplejerske

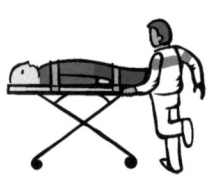

ድንገተኛ

nødstilfælde

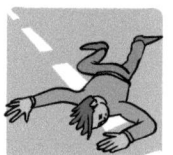

ራስን መሳት/ አለማወቅ

bevidstløs

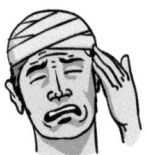

ህመም

smerte

ጉዳት
....
skade

መድማት
....
blødning

የልብ ድካም
....
hjerteinfarkt

ስትሮክ
....
slagtilfælde

አለርጂ
....
allergi

ሳል
....
hoste

ትኩሳት
....
feber

ኢንፍሎዌንዛ
....
influenza

ተቅማጥ
....
diarré

የራስ ምታት
....
hovedpine

ካንሰር
....
kræft

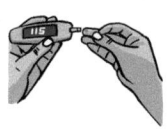

የስኳር በሽታ
....
diabetes

ቀዶ ጠጋኝ ሐኪም
....
kirurg

የቀዶ ጥገና ስለት
....
skalpel

ቀዶ ጥገና
....
operation

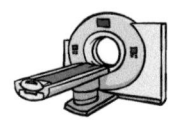

ሲቲ

CT

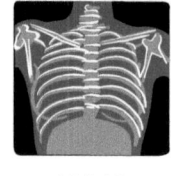

ኤክስሬይ

røntgen

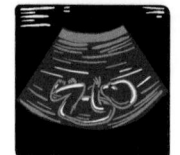

አልትራሳዉንድ

ultralyd

የፊት ጭምብል

maske

በሽታ

sygdom

መጠበቂያ ክፍል

venteværelse

ምርኩዝ

krykke

የቁስል ማሸጊያ

plaster

ፋሻ

forbinding

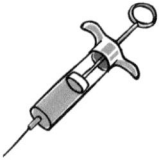

መር

injektion

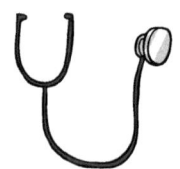

የልብ ምት ማዳመጫ መሳሪያ

stetoskop

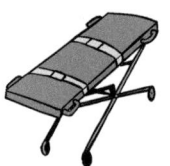

የበሽተኛ አልጋ

båre

የህክምና ሙቀት መለኪያ መሳሪያ

termometer

መውለድ

fødsel

ከልክ ያለፈ ክብደት

overvægt

ለመስማት የሚረዳ መሳሪያ

....

høreapparat

ፀረ ተባይ መድሀኒት

....

desinficerende middel

ማመርቀዝ

....

infektion

ቫይረስ

....

virus

ኤች አይቪ ኤድስ

....

HIV / AIDS

ህክምና

....

medicin

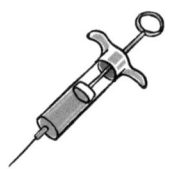

ክትባት

....

vaccination

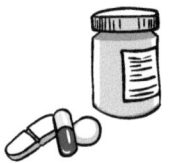

ኪኒን

....

tabletter

ኪኒን

....

pille

አስቸኳይ የስልክ ጥሪ

....

nødopkald

ደም ግፊት መቆጣጠሪያ

....

blodtryksmåler

ህመም/ ጤንነት

....

syg / rask

ድንገተኛ

nødstilfælde

እርዳታ!

Hjælp!

ማንቂያ ደዉል

alarm

ጥቃት

overfald

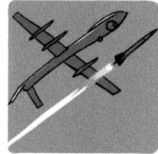

ድብደባ

angreb

አደጋ

fare

የድንገተኛ መዉጫ

nødudgang

እሳት!

Det brænder!

እሳት ማጥፊያ

ildslukker

አደጋ

uheld

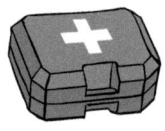

የመጀመሪያ እርዳታ መድሃኒት መያዣ

førstehjælps-kuffert

ነፍስ አድን

SOS

ፖሊስ

politi

ምድር

Jorden

አዉሮፓ

Europa

ሰሜን አሜሪካ

Nordamerika

ደቡብ አሜሪካ

Sydamerika

አፍሪካ

Afrika

እስያ

Asien

አዉስትራሊያ

Australien

አትላንቲክ

Atlanterhavet

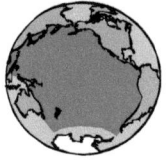

ፓስፊክ

Stillehavet

የህንድ ዉቅያኖስ

Indiske Ocean

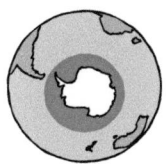

አንታርክቲክ ዉቅያኖስ

Sydlige Ishav

አርክቲክ ዉቅያኖስ

Ishav

ሰሜን ዋልታ

Nordpol

ደቡብ ዋልታ
Sydpol

አንታርክቲካ
Antarktis

ምድር
Jorden

መሬት
land

ባህር
hav

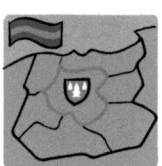

ደሴት
ø

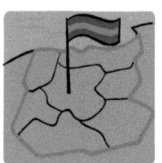

አገርና ህዝብ
nation

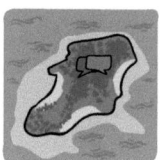

መንግስት
stat

ሰዓት

ur

የሰዓት ገፅታ

urskive

ሰዓት

timeviser

ደቂቃ

minutviser

ሴኮንድ

sekundviser

ስንት ሰዓት ነው?

Hvad er klokken?

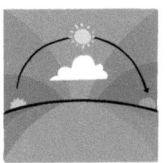

ቀን

dag

ጊዜ

tid

አሁን

nu

የቁጥር ሰዐት

digitalur

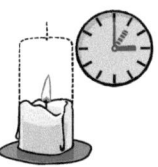

ደቂቃ

minut

ሰዓታት

time

ሳምንት

uge

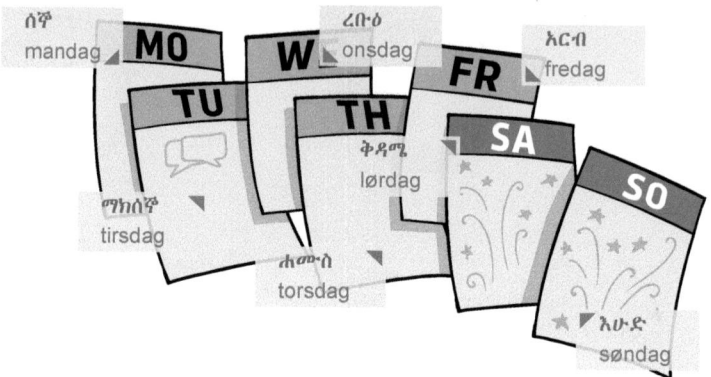

ሰኞ
mandag
ረቡዕ
onsdag
አርብ
fredag
ቅዳሜ
lørdag
ማክሰኞ
tirsdag
ሐሙስ
torsdag
እሁድ
søndag

ትላንት

i går

ዛሬ

i dag

ነገ

i morgen

ማለዳ

morgen

ቀትር

middag

ምሽት

aften

የስራ ቀናት

arbejdsdage

የዕረፍት ቀናት

weekend

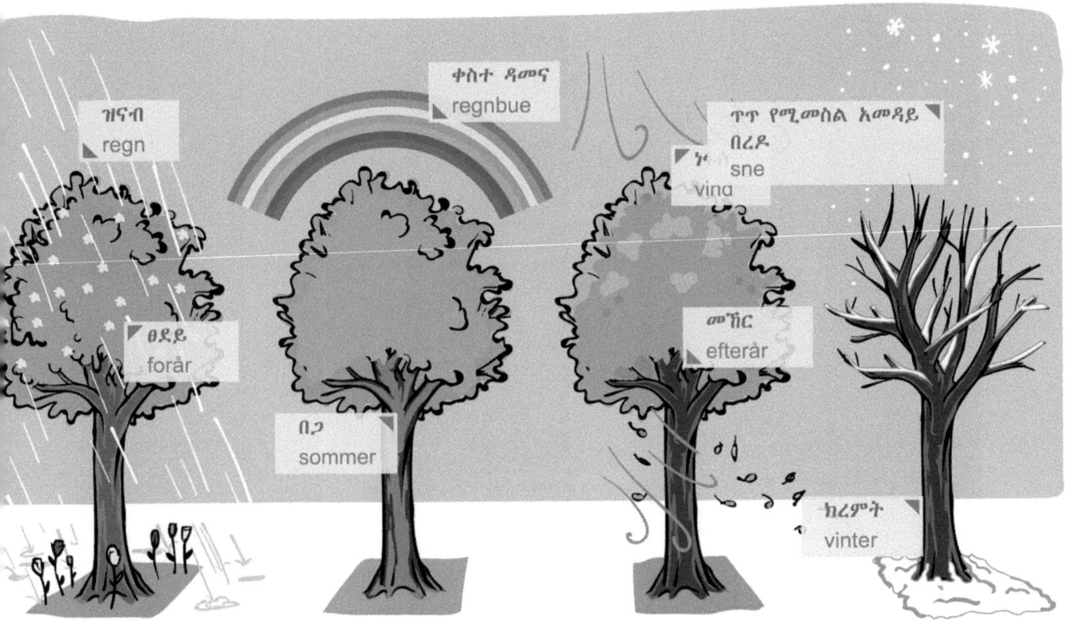

ዝናብ
regn
ቀስተ ዳመና
regnbue
ጥጥ የሚመስል አመዳይ በረዶ
sne
ፀደይ
forår
በጋ
sommer
መኸር
efterår
ክረምት
vinter

የአየር ሁኔታ ትንበያ

vejrudsigt

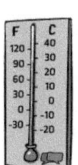

F

የሙቀት መለኪያ

termometer

የፀሀይ ሙቀት

solskin

ደመና

sky

ጭጋግ

tåge

እርጥበታማነት

luftfugtighed

መብረቅ
....
lyn

ነጎድጓድ
....
torden

አዉሎ ንፋስ
....
storm

የበረዶ ዝናብ
....
hagl

አዉሎ ንፋስ
....
monsun

ጎርፍ
....
flod

በረዶ
....
is

ጥር
....
januar

የካቲት
....
februar

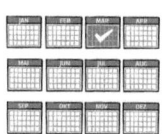

መጋቢት
....
marts

ሚያዚያ
....
april

ግንቦት
....
maj

ሰኔ
....
juni

ሐምሌ
....
juli

ነሀሴ
....
august

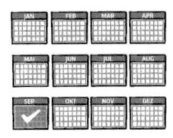

መስከረም

september

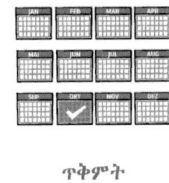

ጥቅምት

oktober

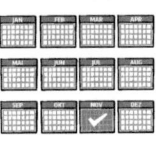

ህዳር

november

ታህሳስ

december

ቅርፆች

former

ብ

cirkel

ራት ማዕዘን

kvadrat

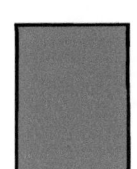

ራት ቀጥተኛ ማዕዘኖች ጎኖች ያሉት ቅርፅ

firkant

ስት ማዕዘን

trekant

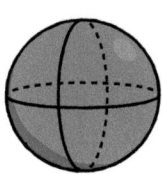

ሉል

kugle

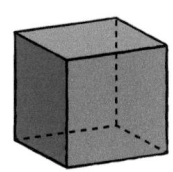

ስድስት ጎን ያለዉ ቅርፅ

terning

ቀለማት

farver

ነጭ

hvid

ቢጫ

gul

ብርቱካናማ

orange

ሮዝ

pink

ቀይ

rød

ወይን ጠጅ

lilla

ሰማያዊ

blå

አረንጓዴ

grøn

ቡኒ

brun

ግራጫ

grå

ጥቁር

sort

ብዙ/ ጥቂት

meget / lidt

ንዴት/ እርጋታ

rasende / fredelig

ቆንጆ/ አስቀያሚ

smuk / grim

ጅማሬ/ ፍፃሜ

begyndelse / slut

ትልቅ/ ትንሽ

stor / lille

ደማቅ/ ደብዛዛ

lys / mørk

ወንድም/ እህት

bror / søster

ንፁህ/ ቆሻሻ

ren / snavset

የተሟላ/ ያልተሟላ

fuldkommen / ufuldkommen

ቀን/ ምሽት

dag / nat

የሞተ/ ህያዉ

død / levende

ሰፊ/ ጠባብ

bred / smal

የሚበላ/ የማይበላ

spiselig / uspiselig

ክፉ/ ደግ

vred / venlig

ደስተኛ/ ድብርተኛ

ophidset / kedet

ወፍራም/ ቀጭን

tyk / tynd

መጀመርያ/ መጨረሻ

først / sidst

ጓደኛ/ ጠላት

ven / fjende

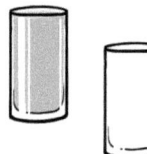

ሙሉ/ ጎዶሎ

fuld / tom

ጠንካራ/ ለስላሳ

hård / blød

ከባድ/ ቀላል

tung / let

ረሃብ/ ጥማት

sult / tørst

ህመም/ ጤንነት

syg / rask

ህገወጥ/ ህጋዊ

illegal / legal

ጎበዝ/ ደደብ

intelligent / dum

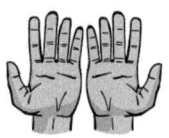

ግራ/ ቀኝ

venstre / højre

ቅርብ/ ሩቅ

nær / fjern

አዲስ/ አሮጌ

ny / brugt

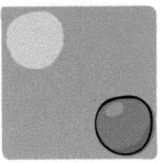

ምንም/ የሆነ ነገር

intet / noget

ሽማግሌ/ ወጣት

gammel / ung

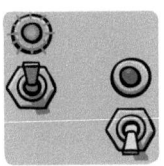

የበራ/ የጠፋ

tændt / slukket

ክፍት/ ዝግ

åben / lukket

ፀጥታ/ ጫጫታ

stille / højt

ሃብታም/ ደሃ

rig / fattig

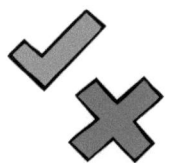

ትክክለኛ/ የተሳሳተ

rigtig / forkert

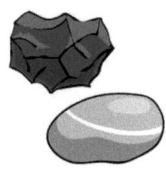

ሻካራ/ ለስላሳ

ru / glat

ሐዘን/ ደስታ

ked af det / lykkelig

አጭር/ ረዥም

kort / lang

ዝግተኛ/ ፈጣን

langsom / hurtig

እርጥብ/ ደረቅ

våd / tør

ሞቃት/ ቀዝቃዛ

varm / kold

ጦርነት/ ሰላም

krig / fred

ቁጥሮች

tal

0

ዜሮ

nul

1

አንድ

en

2

ሁለት

to

3

ሶስት

tre

4

አራት

fire

5

አምስት

fem

6

ስድስት

seks

7

ሰባት

syv

8

ስምንት

otte

9

ዘጠኝ

ni

10

አስር

ti

11

አስራ አንድ

elleve

12

አስራ ሁለት

tolv

13

አስራ ሶስት

tretten

14

አስራ አራት

fjorten

15

አስራ አምስት

femten

16

አስራ ስድስት

seksten

17

አስራ ሰባት

sytten

18

አስራ ስስምንት

atten

19

አስራ ዘጠኝ

nitten

20

ሃያ

tyve

100

መቶ

hundrede

1.000

ሽህ

tusinde

1.000.000

ሚሊዮን

million

ቋንቋዎች

sprog

እንግሊዝኛ

engelsk

የአሜሪካ እንግሊዝኛ

amerikansk engelsk

የቻይና ማንዳሪን

kinesisk mandarin

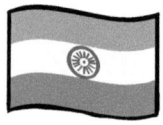

ሂንዱ

hindi

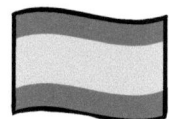

ስፓኒሽ

spansk

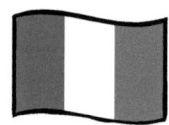

ፍሬንች

fransk

አረብኛ

arabisk

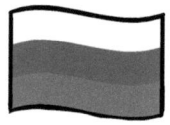

ራሺያኛ

russisk

ፖርቹጊዝ

portugisisk

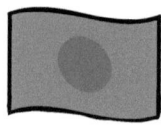

ቤንጋሊ

bengalsk

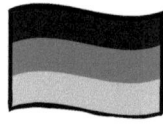

ጀርመን

tysk

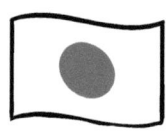

ጃፓንኛ

japansk

እኔ

jeg

አንተ

du

♂ ♀ ○

እሱ/ እርሷ/ እቃዉ

han / hun / den / det

እኛ

vi

አንተ

I

እነርሱ

de

ማን?

hvem?

ምን?

hvad?

እንዴት?

hvordan?

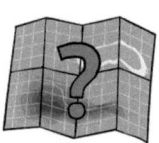

የት?

hvor?

መቼ?

hvornår?

HELLO, I AM

ስም

navn

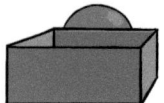

የት

hvor

በስተጀርባ

bag

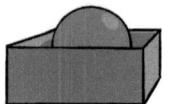

ዉስጥ

i

ከፊት ለፊት

foran

ከላይ

over

ላይ

på

ከስር

under

አጠገብ

ved siden af

መሃከል

imellem

ቦታ

sted